આવોકાડો એક કાચબો
પોતાના જેવી એક માત્ર

લેખક
Kiara Shankar
Vinay Shankar

સચિત્ર
Avantika Mishra

Copyright © 2021 by Vinay Shankar. All rights reserved. Published by VIKI Publishing®, San Francisco, California, USA. No part of this publication may be reproduced, distributed, or transmitted in any form or by any means, including photocopying, recording, or other electronic or mechanical methods whatsoever, without the prior written permission of the publisher. Except in the case of brief quotations embodied in critical reviews and certain other noncommercial uses permitted by copyright law.

Library of Congress Control Number: 2020924349
ISBN:
Gujarati Edition:
978-1-950263-50-9 (eBook)
978-1-950263-51-6 (Paperback)
English Edition:
978-1-950263-33-2 (eBook)
978-1-950263-34-9 (Paperback)
978-1-950263-35-6 (Hardcover)
978-1-950263-04-2 (Audiobook)

First Edition: Mar 2021. Published by VIKI Publishing®, San Francisco, California, USA.

લેખક : કીયારા શંકર અને વિનય શંકર
સચિત્ર : અવંતિકા મિશ્રા
અનુવાદ : ભૂમિકા પટેલ
પ્રકાશ: : વિકી પબ્લિશિંગ

www.vikipublishing.com

આવોકાડો કોઈ સાધારણ કાચબી ન હતી.
તે બીજાથી અલગ હતી.

આવોકાડો સૌથી અનેરી હતી પણ બીજા કાચબા એને કાચબા સમુદાયનું ખરાબ ઉદાહરણ માનતા હતા.

કારણ કે કોઈ બીજા કાચબા નું નામ ખાવાની વસ્તુ ના નામ પર ન હતું.
બીજા કાચબાઓના નામ ફ્રાન્સેસ્કા અને ટેરી વગેરે હતા.
પરંતુ આવોકાડો એમના જેવી ન હતી.

બીજા કાચબા તેમના કવચની બહાર આવતાં જ ન હતા. પરંતુ આવોકાડોને કવચમાં છુપાઈને રહેવું પસંદ ન હતું. તે હંમેશા કવચ ની બહાર આવતી અને બહારની દુનિયા જોતી.

બીજા કાચબાઓ શાંત રહેતા હતા.
તેમને એકબીજા થી વાત કરવી પસંદ ન હતી.
પણ આવોકાડો અલગ હતી.
તેને બીજા સાથે વાત કરવી પસંદ હતી.

બીજા કાચબાઓ જેવું બનવા માટે આવોકાડોએ
પોતાની જાતને બદલવાના પ્રયત્નો કર્યાં.
પરંતુ તે અસફળ રહી.
કાચબા તેની સાથે વાત પણ ન કરતા કે ના તો કોઈ
તેની સાથે રમતું હતું. આવોકાડો ખૂબ
એકલી પડી ગઈ હતી.

એક દિવસ અચાનક જ બધું બદલાઈ ગયું જ્યારે બીજા કાચબાઓ એ આવોકાડોને પોતાના સમુદાય થી દૂર કરવાનો નિર્ણય લીધો.
બીજા કાચબાઓ એ આવોકાડો ને પ્રદેશ છોડવાનું કહ્યું.

આવોકાડોને આ બિલકુલ પસંદ ન આવ્યું અને તે રડવા લાગી. હવે તેની પાસે ન રહેવા માટે ઘર હતું કે ન વાત કરવા માટે કોઈ મિત્ર. જીવનમાં પ્રથમવાર તે કવચમાં સમાઈ ગઈ અને ઘણા સમય સુધી બહાર જ ન આવી. અચાનક તેણે કોઈ અવાજ સાંભળ્યો.

Hello?
Hello?

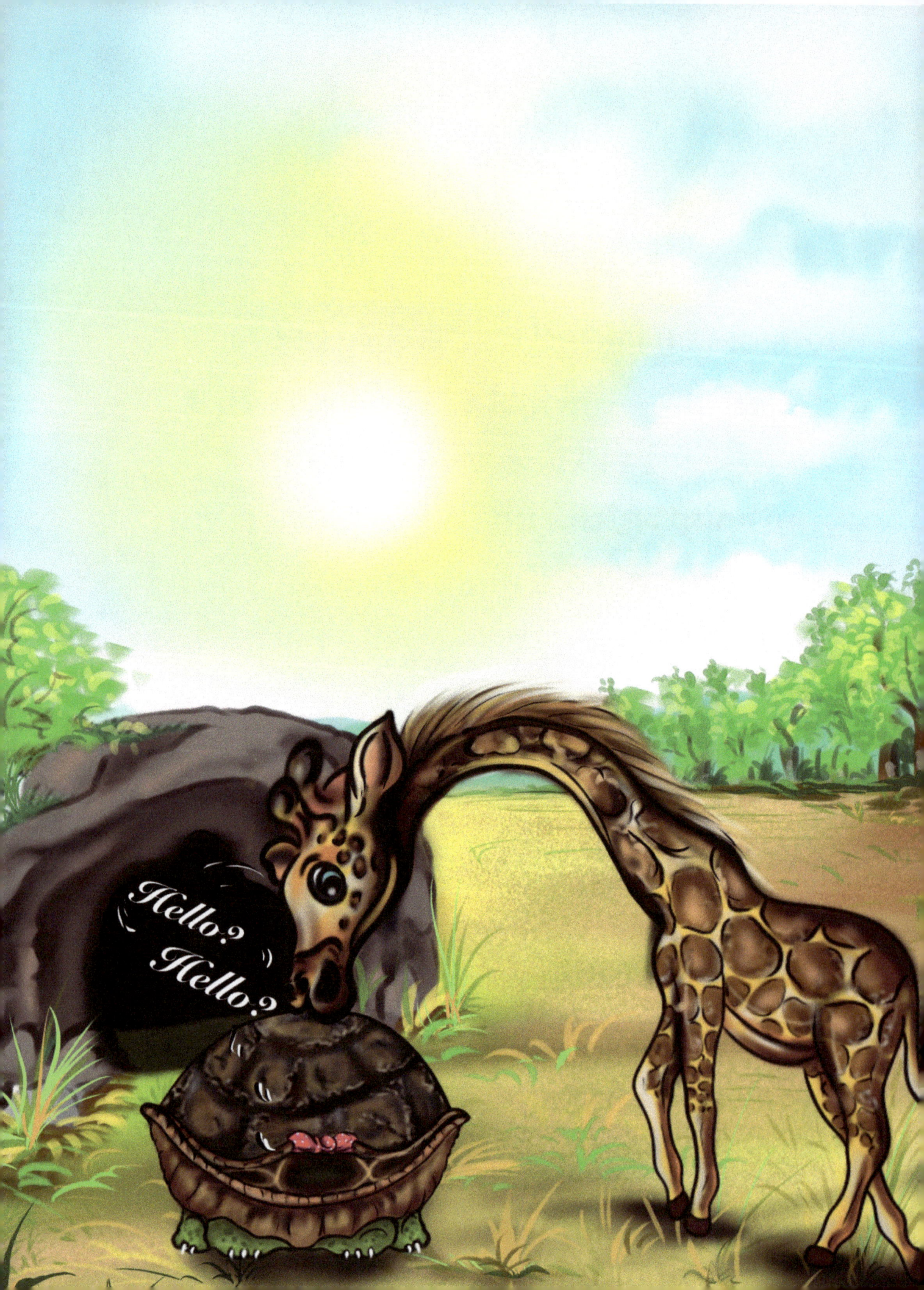

"Hello? Hello?"

એક મિત્રતાપૂર્ણ અવાજ તેને બોલાવી રહ્યો હતો.

આવોકાડો પોતાના કવચમાંથી બહાર આવી અને તેણે એક જિરાફને જોયો. જેવી રીતે તે કાચબાઓ સામે ચૂપ રહેતી હતી તેવી જ રીતે જિરાફ સામે પણ ચુપ રહી.

જિરાફ એ પૂછ્યું, તું કઈ બોલી કેમ નથી રહી?
છતાં પણ આવોકાડો એ ચૂપ રહેવાની કોશિશ કરી,
પણ તે ચુપ રહી ન શકી. કારણ કે ચૂપ રહેવું એના સ્વભાવ
વિરુદ્ધ હતું. પહેલી વાર તેણે કોઈ જોડે વાત કરી.

આવોકાડો એ જિરાફને કાચબા અને તેમના
નિયમો વિશે બધી જ વાત કહી.
આવોકાડો એ જિરાફ ને કહ્યું કે અન્ય કાચબાઓ
એ તેણીને પ્રદેશ માંથી બહાર મોકલી દીધી.
જિરાફ એ આવોકાડો ની બધી જ વાત શાંતિથી સાંભળી.

"મને સાંભળીને દુ:ખ થયું. પેલા કાચબાઓ એ તારું અપમાન ન કરવું જોઈએ અને પોતાના સમૂહથી દૂર ન કરવી જોઈએ. પરંતુ મને એ વાતની ખુશી છે કે તું હવે અહીં છે. તારે બીજા માટે પોતાને બદલવાની જરૂર નથી" જિરાફએ કહ્યુ

"મારું નામ લેમનેડ છે. તું મને લેમન કહી શકે છે. 🍋 મને તારી સાથે વાત કરવી અને મિત્રતા કરવી ગમશે. પેલા કાચબાઓ એ તારી સાથે ખરાબ વ્યવહાર ન કરવો જોઈએ."

આવોકાડોને વિશ્વાસ નહોતો આવી રહ્યો કે તેની સાથે વાત કરવી કોઈને પસંદ આવી.
તે લેમનની મિત્ર બની ગઈ.
લેમન એ આવોકાડોને આસપાસ ના પ્રદેશની સૈર કરાવી. અને પોતાના બીજા મિત્રો બાકન અને હની સાથે પણ ભેટ કરાવી. બેકન એક ભૂંડ હતું અને હની એક મધમાખી.

આવોકાડોને વિશ્વાસ નહોતો આવી રહ્યો કે તેની
સાથે વાત કરવી કોઈને પસંદ આવી.
તે લેમનની મિત્ર બની ગઈ.
લેમન એ આવોકાડોને આસપાસ ના પ્રદેશની સૈર કરાવી.
અને પોતાના બીજા મિત્રો બાકન અને હની સાથે પણ ભેટ
કરાવી. બેકન એક ભૂંડ હતું અને હની એક મધમાખી.

આવોકાડોને ડર હતો કે આ નવા મિત્રો કાચબા જેવા ન હોય. પરંતુ આ નવા મિત્રો એ આવોકાડો સાથે મિત્રતાથી વાતો કરી.

બધાએ સંતાકૂકડી રમવામાં આખો દિવસ વિતાવ્યો અને એકબીજા સાથે રહીને ખૂબ જ સારો સમય વ્યતીત કર્યો.
પહેલીવાર આવોકાડો પોતાના જીવન માં ખૂબ ખુશ હતી.

લેમન, બેકન અને હની સ્વભાવમાં તેના જેવા જ હતા. આવોકાડો સમજી ગઈ કે લેમનની વાત સાચી હતી. તે અત્યાર સુધી ખોટા સમૂહમાં હતી.

કાચબાઓ તેના જેવા ન હતા તેથી જ તેને એકલું લાગતું હતું. પરંતુ લેમન, બેકન અને હની સાથે તે ખુબ ખુશ હતી. હવે તે ક્યારેય કાચબાઓ પાસે જવા ઈચ્છતી ન હતી.

આવોકાડો સમજી ગઈ કે લેમને સાચું કહ્યું હતું.
તેને આ નવા દોસ્તો સાથે રહેવાનું પસંદ આવ્યું.

બીજા કાચબાઓની જીવન શૈલી અલગ હતી.
તે આવોકાડોથી અલગ હતા. આવોકાડો
હવે સમજી ગઈ કે ખાવાની વસ્તુ પર નામ હોવું એ
કોઇ ખોટી વાત નથી. પોતાના કવચ માંથી બહાર આવીને
દુનિયા જોવી એ કોઈ ખોટી વાત નથી.
વધારે વાતો કરવી અને મિત્રતા કરવી એ કોઈ ખોટી
વાત નથી.
આપણે જેવા છીએ તેવું જ રહેવું જોઈએ. આવોકાડો ના
આ ગુણો જ તેને પોતાના જેવી એકમાત્ર અને
બીજાથી અલગ બનાવે છે.

"
જેવા છો તેવા જ રહો અને જીવન ના દરેક પળ નો આનંદ ઉઠાવો, ભલે બીજા તમને સ્વીકાર ન કરે."

- આવોકાડો

લેખકના વિષયમાં

કિયારા શંકર સાનફ્રાન્સિસ્કો, કેલિફોર્નિયા, યુએસએ થી 13 વર્ષની પ્રતિભાવાન લેખિકા છે. તેમને પુસ્તકો અને ગીતો લખવાની સાથે સાથે અને વાંચન અને કલાકૃતિ પણ પસંદ છે. તેમની પ્રથમ પુસ્તક 'પ્રીમરોસ નો અભિશા' અંગ્રેજી, સ્પેનિસ, ચાઈનીઝ, હિન્દી જેવી 12 ભાષામાં પ્રકાશિત થઈ ચૂકી છે.

વિનય શંકર એક સોફ્ટવેર પ્રોફેશનલ, કીયારા ના પિતા છે. જેમણે પોતાની પુત્રીની વાર્તાઓ અને ગીતો થી પ્રભાવિત થઈને તેને સાથે લખવાનો નિર્ણય કર્યો. બંનેના સંયુક્ત પ્રયાસો એ શ્રેષ્ઠ વિચારો અને વાર્તાઓ ને જન્મ આપ્યો છે.
પિતા પુત્રી નું ગીત પ્રેમરોસ ફરનિટીઝ, ફ્રાન્સેસ્કા શંકર, મારલા માલવિન્સ સ્પોર્ટ ધ ફ્રેંચિ એ ગાયું છે. તમે સ્પોટીફાય, એપલ મ્યુઝિક, યૂટ્યૂબ મ્યુઝિક, એમેઝોન મ્યુઝિક, ડીઝર અને આવા અનેક પ્લેટફોર્મ પર તે સાંભળી શકો છો.

Learn more at publisher's website: www.vikipublishing.com

VIKI Publishing®

A place where ideas become reality!

Books | Music | Games | Branded Merchandise

Coming Soon

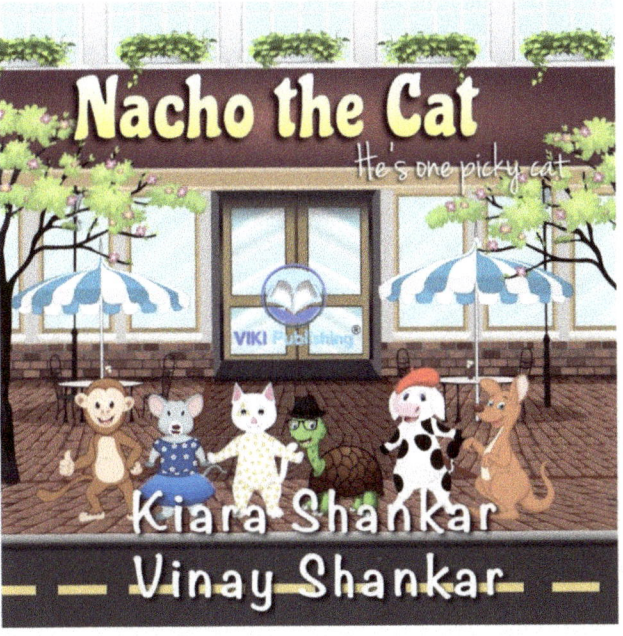

Primrose's Destiny
An Audacious Girl Destined to Save Earth
VIKI Publishing®
KIARA SHANKAR
VINAY SHANKAR

SpotZ the Frenchie®
He's been a naughty puppy...
For Intelligent Kids Only
VIKI Publishing®
Kiara Shankar
Vinay Shankar

Nacho the Cat
He's one picky cat
VIKI Publishing
Kiara Shankar
Vinay Shankar

www.ingramcontent.com/pod-product-compliance
Lightning Source LLC
Chambersburg PA
CBHW051401110526
44592CB00023B/2909